ನೆನಪಿನ ಹೆಜ್ಜೆಗಳು

ಕವನಗಳ ನಡಿಗೆಯಲ್ಲಿ, ಭಾವನೆಗಳ ಪಯಣದಲ್ಲಿ,
ನೆನಪುಗಳ ಹಾದಿಯಲ್ಲಿ, ಜೀವನದ ಸುಗಂಧ...

ಮಂಜುನಾಥ ಹಂಪಾಪುರ ಎಲ್

BookLeaf Publishing
India | USA | UK

Made with ❤ on the BookLeaf Publishing Platform
www.bookleafpub.in
www.bookleafpub.com

Dedication

ಬಾಲ್ಯದಿಂದಲೂ ಕನ್ನಡ ಸಾಹಿತ್ಯದ ಮಹನೀಯರಾದ ರಾಷ್ಟ್ರಕವಿ ಕುವೆಂಪು ಹಾಗೂ ಕೆ. ಎಸ್. ನರಸಿಂಹಸ್ವಾಮಿ ಅವರ ಕವಿತೆಗಳು, ಕಥೆಗಳು ಮತ್ತು ಕಾದಂಬರಿಗಳಿಂದ ಪ್ರಭಾವಿತನಾಗಿದ್ದೇನೆ. ಅವರ ಸಾಹಿತ್ಯ ಸೃಷ್ಟಿಗಳು ನನ್ನಲ್ಲಿ ಭಾಷೆಯ ಬಗ್ಗೆ ಪ್ರೀತಿ ಮತ್ತು ಕಾವ್ಯದ ಬಗ್ಗೆ ಆಸಕ್ತಿಯನ್ನು ಬೆಳೆಸಿವೆ. ಈ ಸ್ಫೂರ್ತಿಯೇ ನನಗೆ ನನ್ನ ಸುತ್ತಮುತ್ತಲಿನ ಜೀವನ, ಸಂಬಂಧಗಳು, ಭಾವನೆಗಳು ಮತ್ತು ಅನುಭವಗಳನ್ನು ಸೂಕ್ಷ್ಮವಾಗಿ ಗ್ರಹಿಸಿ ಅವುಗಳನ್ನು ಕವನಗಳ ರೂಪದಲ್ಲಿ ಅಭಿವ್ಯಕ್ತಿಸಲು ಶಕ್ತಿಯನ್ನು ನೀಡಿದೆ.

ನನ್ನ ಈ ನೆನಪಿನ ಹೆಜ್ಜೆಗಳು ಎಂಬ ಕವನ ಸಂಕಲನವನ್ನು ನನ್ನ ಗುರುಗಳಾದ ಡಾ. ಕೆ ವಿ ಚಂದ್ರಣ್ಣ ಗೌಡ, ಬಾಲಾಜಿ ಹಾಗು ನನ್ನ ಏಳಿಗೆಯನ್ನು ಸದಾ ಬಯಸುವ ಆರ್ ರವೀಂದ್ರ ಮತ್ತು ಸಪ್ನಾ ಕರೀಂ ರವರ ಪಾದಾರವಿಂದಕ್ಕೆ ಸಮರ್ಪಿಸುತ್ತೇನೆ.

Preface

ಕವನಗಳ ನಡಿಗೆಯಲ್ಲಿ... ಭಾವನೆಗಳ ಪಯಣದಲ್ಲಿ... ನೆನಪುಗಳ ಹಾದಿಯಲ್ಲಿ... ಜೀವನದ ಸುಗಂಧ...

ಜೀವನವು ಅನುಭವಗಳ, ಭಾವನೆಗಳ ಮತ್ತು ನೆನಪುಗಳ ಅನಂತ ಪಯಣ. ಆ ಅನುಭವಗಳು ಮನಸ್ಸಿನಲ್ಲಿ ಪದಗಳಾಗಿ ಅರಳಿದಾಗ ಕವನವಾಗುತ್ತವೆ. ಈ ಕವನ ಸಂಕಲನವು ಬದುಕಿನ ಸಿಹಿ-ಕಹಿ ಕ್ಷಣಗಳು, ಕನಸುಗಳು, ಹೋರಾಟಗಳು ಮತ್ತು ಆಶೆಗಳ ಪ್ರತಿಬಿಂಬವಾಗಿದೆ. ಪ್ರತಿಯೊಂದು ಕವನವೂ ಜೀವನದ ಒಂದೊಂದು ಮುಖವನ್ನು ಅನಾವರಣಗೊಳಿಸುವ ಪ್ರಯತ್ನವಾಗಿದೆ.

ಈ ಕೃತಿಯಲ್ಲಿರುವ ಕವನಗಳು ಕೇವಲ ಅಕ್ಷರಗಳಲ್ಲ; ಅವು ಹೃದಯದ ಭಾವನೆಗಳ ಅಭಿವ್ಯಕ್ತಿ. **"ಕವನಗಳ ನಡಿಗೆಯಲ್ಲಿ, ಭಾವನೆಗಳ ಪಯಣದಲ್ಲಿ, ನೆನಪುಗಳ ಹಾದಿಯಲ್ಲಿ ಜೀವನದ ಸುಗಂಧ"** ಎಂಬ ಈ ಸಾಹಿತ್ಯಯಾತ್ರೆಯಲ್ಲಿ ನೀವು ಸಹ ಭಾಗಿಯಾಗುವಿರಿ ಎಂಬ ವಿಶ್ವಾಸವಿದೆ. ಈ ಕವನಗಳು ನಿಮ್ಮ ಮನಸ್ಸನ್ನು ಸ್ಪರ್ಶಿಸಿ, ಚಿಂತನೆಗೆ ಹೊಸ ದಿಕ್ಕನ್ನು ನೀಡಲಿ ಎಂಬುದು ನನ್ನ ಹಾರೈಕೆ.

Acknowledgements

ನನ್ನ ಈ ಕವನ ಸಂಕಲನದ ಪ್ರಕಟಣೆಗೆ ಪ್ರತ್ಯಕ್ಷವಾಗಿ ಸಹಕರಿಸಿದ ನನ್ನ ತಂದೆ ತಾಯಿ, ನನ್ನ ಸಹೋದರರ ಶ್ರೀ ರೇಣುಕಯ್ಯ ಹೆಚ್ ಎಲ್ ಮತ್ತು ಕುಟುಂಬ, ನನ್ನ ಶ್ರೀಮತಿ ಪಾವನ ಮಂಜುನಾಥ, ನನ್ನ ಮಗಳಾದ ಪ್ರಣತಿ ಮಂಜುನಾಥ, ನನ್ನ ಮಾರ್ಗದರ್ಶಕರು ಹಾಗು ಹಿತಚಿಂತಕರಾದ ಶ್ರೀಕಾಂತ್ ವಿಶ್ವನಾಥನ್, ಆನಂದ್ ಅಯ್ಯರ್, ಸಜಿತ್ ಸುಕುಮಾರನ್, ಸಂತೋಷ್ ನರಗುಂದ್, ಮಹಾಲಕ್ಷ್ಮಿ ಬಿ, ಅನುಜಾ ಸಿರೋಹಿ, ಪ್ರಾರ್ಥನಾ ರಮೇಶ್, ವಿ ಆರ್ ವಚನ, ಹಾಜಿ ಶರೀಫ್, ಇಂದು ಕುಮಾರ್, ಶಿಬಿನ್ ಭಾಸ್ಕರನ್, ಕಿಶೋರ್, ಸಚಿನ್ ದೇಶಪಾಂಡೆ, ಅಂಕಿತಾ ಖುಂಟಿಯಾ, ಮೆಹಕ್ ಶ್ರೀವಾಸ್ತವ, ವೇಲು ಮುರುಗನ್, ಪ್ರಜ್ವಲ್, ಹರಿಪ್ರಸಾದ್, ಮೇಘಮಾಲ ಸಿ, ದಿವಾಕರ್ ಆರ್, ಲೋಹಿತ್ ವೈ ಟಿ, ದೀಪಕ್ ನಾಯಕ್, ಚಂದ್ರ ಶೇಖರ್ ಎಂ ಎಸ್, ಶ್ವೇತಾ ಕೃಷ್ಣಸ್ವಾಮಿ, ಚಂಪಾ ಆರ್, ವಿಮರ್ಶ ವಿಶ್ರುತ್, ಶೈಲೇಶ್ ಎಸ್, ಪುನೀತ್, ಶಿವಶಂಕರ ಐಹೊಳಿ, ಮಂಜುನಾಥ ಮೋಕಾಶಿ, ಎನ್ ಎಮ್ ವರ್ಚಸ್ವಿನಿ, ಅಜಯ್ ಗುಜ್ಜರ್, ನಾದನ್, ಹರೀಶ್ ಕುಮಾರ್ ಬಿ, ಹೇಮಂತ್ ಕುಮಾರ್ ಎಂ, ನಾಸಿರ್, ಅರುಣ್ ಕುಮಾರ್ ಎನ್, ಶ್ರೀನಿವಾಸ ಎಸ್ ವೈ, ಪ್ರಮೋದ ಟಿ, ಮಹೇಶ ಆರ್, ರಾಜಣ್ಣ, ರವಿಕುಮಾರ್ ಎಂ, ಮಮತಾ ಆರ್, ನೇಸರ್ ಕೆ ಡಿ, ಜೈರಾಜ್ ಮಂಡಯಂ, ಉಮೇಶ್ ಬಾಬು ಪಿಳ್ಳೇಗೌಡ, ಕಮಲೇಶ್ ನಿಚಾನಿ, ನಿತ್ಯ ಗೌಡ, ಹಾಗು ಪರೋಕ್ಷವಾಗಿ ಸಹಕರಿಸಿದ ಎಲ್ಲರಿಗು ಕೃತಜ್ಞತೆಗಳನ್ನು ಸಲ್ಲಿಸುತ್ತೇನೆ.

1. ಅಣ್ಣನಂತಿದ್ದ ಅಪ್ಪ

ನಾನು ನನ್ನಪ್ಪನನ್ನು "ಅಣ್ಣ" ಎಂದೇ ಕರೆಯುತ್ತಿದ್ದೆ,
ಅವರು ನನ್ನ ತಂದೆಯೇ.
ನಮ್ಮ ನಡುವಿನ ಬಂಧ ಮಾತ್ರ
ಗೆಳೆತನದ ಸೇತುವೆಯಾಗಿತ್ತು.

ನಾಲ್ಕು ಮಕ್ಕಳಲ್ಲಿ ನನಗೆ ಹೆಚ್ಚು ಪೆಟ್ಟು ಬಿದ್ದದ್ದು ಸತ್ಯ,
ಆದರೆ ಹೆಚ್ಚು ಪ್ರೀತಿಯೂ ಸಿಕ್ಕಿದ್ದು ನನಗೇ.
ಅವರ ಗದರಿಕೆಯ ಹಿಂದೆ ಕಾಳಜಿ ಇತ್ತು,
ಅದನ್ನು ಅರ್ಥಮಾಡಿಕೊಳ್ಳುವ ವಯಸ್ಸು ನನಗಿತ್ತು.

ಅವರ ಮುಂದೆ ಮಾತನಾಡಲು ಯಾರಿಗೂ ಧೈರ್ಯ ಇರಲಿಲ್ಲ,
ಆದರೆ ನನಗೆ ಭಯವೇ ಇರಲಿಲ್ಲ.
ಅವರ ಕಣ್ಣಲ್ಲಿ ಕೋಪಕ್ಕಿಂತ
ನನ್ನ ಮೇಲಿನ ನಂಬಿಕೆಯೇ ಹೆಚ್ಚಿತ್ತು.

ಇಷ್ಟೆಲ್ಲ ಗೆಳೆಯನಂತಿದ್ದ ನನ್ನ ಅಪ್ಪ,
ಒಂದು ದಿನ ಯಾರದೋ ಮಾತನ್ನು ನಂಬಿ,
ನಮ್ಮ ನಡುವೆ ಹೊಡೆಯಲಾಗದ
ಗೋಡೆಯನ್ನೇ ಕಟ್ಟಿಬಿಟ್ಟರು.

ಆಗಂತ ಅಣ್ಣನ ಮೇಲಿನ ಗೌರವ ಕಡಿಮೆಯಾಗಿಲ್ಲ,
ಆದರೆ ಹೃದಯದೊಳಗಿನ ಗಾಯ ಮಾಸುತ್ತಿಲ್ಲ.
ನನ್ನನ್ನು ಅರ್ಥಮಾಡಿಕೊಂಡ ಮನುಷ್ಯನೇ
ನನ್ನನ್ನು ಅರ್ಥಮಾಡಿಕೊಳ್ಳದೆ ದೂರ ಮಾಡಿದುದೇಕೆ?

2. ನನ್ನ ಬದುಕಿನ ಸಂಗಾತಿ

ಜೀವನದ ದಾರಿ ಯಾವಾಗಲೂ ಸಮತಟ್ಟಾಗಿರಲಿಲ್ಲ,
ಏರಿಳಿತಗಳು, ಬಿಸಿಲು-ಮಳೆಗಳು ಜೊತೆಯಾಗಿದ್ದವು.
ಆ ದಾರಿಯಲ್ಲಿ ನನ್ನ ಕೈ ಹಿಡಿದು ನಡೆದವಳು ನೀನು,
ಸಂಗಾತಿ ಎಂಬ ಪದಕ್ಕೆ ಅರ್ಥ ತುಂಬಿದವಳು ನೀನು.

ನನ್ನ ಕನಸುಗಳು ದೊಡ್ಡದಾಗಿದ್ದವು,
ನನ್ನ ಚಿಂತೆಗಳು ಕೆಲವೊಮ್ಮೆ ಭಾರವಾಗಿದ್ದವು.
ನಾನು ಕುಗ್ಗಿದಾಗ ನೀನು ಆಶೆಯಾದೆ,
ನನ್ನ ಬದುಕಿನ ಖಾಲಿ ಜಾಗಗಳನ್ನು ತುಂಬಿದವಳಾದೆ.

ಸಂಸಾರವೆಂದರೆ ಕನಸನ್ನು ಒಟ್ಟಿಗೆ ಕಾಣುವುದು,
ಅದರ ಅರ್ಥವನ್ನು ನೀನು ಕಲಿಸಿದೆ.
ತ್ಯಾಗದ ಸದ್ದು ಮಾಡದೆ ಪ್ರೀತಿಸುವುದನ್ನು ತೋರಿಸಿದೆ,
ಮನೆಯನ್ನೇ ನೆಮ್ಮದಿಯ ತಾಣವಾಗಿಸಿದೆ.

ನನ್ನ ತಪ್ಪುಗಳನ್ನೂ ಸಹಿಸಿಕೊಂಡೆ,
ನನ್ನ ಕೋಪಗಳನ್ನೂ ನಗುತ್ತಲೇ ಅರಗಿಸಿಕೊಂಡೆ.
ಸ್ನೇಹಿತೆಯಾಗಿ, ಸಲಹೆಗಾರ್ತಿಯಾಗಿ, ಮಮತೆಯಾಗಿ ನಿಂತೆ,
ಅದಕ್ಕೇ ನಿನ್ನ ಸ್ಥಾನವನ್ನು ಯಾರೂ ತುಂಬಲಾರರು.

ಕಾಲ ಎಷ್ಟೇ ಬದಲಾಗಲಿ, ವರ್ಷಗಳು ಉರುಳಲಿ,
ನನ್ನ ಬದುಕಿನ ಕಥೆಯಲ್ಲಿ ನೀನು ಮುಖ್ಯ ಅಧ್ಯಾಯ.
ನನ್ನ ಪ್ರಾರ್ಥನೆಯ ಕೃತಜ್ಞತೆ ನೀನು,
ಪಾವನ... ನೀನೆ ನನ್ನ ಬದುಕಿನ ನಿಜವಾದ ಸಂಗಾತಿ.

3. ಹೊಸ್ತಿಲ ಆಚೆ ಇಟ್ಟ ಹೆಜ್ಜೆ

ಪ್ರಪಂಚದ ಜ್ಞಾನವಿರಲಿಲ್ಲ ನನಗೆ,
ಹಣ ಕೂಡಿಡುವ ಜಾಣ್ಮೆಯೂ ಇರಲಿಲ್ಲ.
ನಂಬಿಕೆಯನ್ನೇ ಬಂಡವಾಳ ಮಾಡಿಕೊಂಡು,
ಮನೆ ಬಿಟ್ಟು ಹೊರಡುವ ನಿರ್ಧಾರ ಮಾಡಿದ್ದೆ.

ನಾನು ಹೊರಡುವ ವಿಚಾರ
ನಿಮಗೆ ಮೊದಲೇ ಗೊತ್ತಿತ್ತು.
ನನ್ನ ಮೌನದೊಳಗಿನ ಕೂಗು ನಿಮಗೆ ಕೇಳಿಸಿತ್ತು,
ಆದರೂ ನನ್ನ ಕೈ ಹಿಡಿದು ತಡೆಯಲಿಲ್ಲ.

ಹೊಸ್ತಿಲ ಆಚೆ ನಾನು ಕಾಲಿಟ್ಟಾಗ,
ಅಮ್ಮಾ... ನಿನಗೆ ಕರುಳು ಹಿಂಡಲಿಲ್ಲವೇ?
"ಹೋಗಬೇಡ ಮಗನೇ" ಎನ್ನುವ ಒಂದು ಮಾತು,
ನಿನ್ನ ತುಟಿ ದಾಟಿ ಹೊರಗೆ ಬರಲಿಲ್ಲವೇ?

ಈ ವಯಸ್ಸಿನಲ್ಲಿ ನನಗೆ ಹಠವೇಕೆ?
ಏನು ಸಾಧಿಸಲಿಕ್ಕೆ ನಾನು ಹೊರಟಿದ್ದೆ?
ನನ್ನ ಬಳಿ ಆಸ್ತಿಯೂ ಇರಲಿಲ್ಲ, ಅಧಿಕಾರವೂ ಇರಲಿಲ್ಲ,
ಇದ್ದದ್ದು ನೋವಿನಿಂದ ತುಂಬಿದ ಒಂದು ಹೃದಯ.

ನಾಲ್ಕು ವರ್ಷಗಳು ಕಳೆದುಹೋದವು,
ಆ ಪ್ರಶ್ನೆಗಳು ಇನ್ನೂ ಜೀವಂತವಾಗಿವೆ.
ನಾನು ಮನೆ ಬಿಟ್ಟ ನೋವಿಗಿಂತ,
ನನ್ನನ್ನು ತಡೆಯದ ನಿನ್ನ ಮೌನವೇ ಹೆಚ್ಚು ಕಾಡುತ್ತಿದೆ.

4. ನನ್ನ ನೆಲೆ "ರವಿನಂದನ"

ಬರಿಗೈಯಲ್ಲಿ ಮನೆ ಬಿಟ್ಟು ಬಂದ ದಿನ,
ನನ್ನ ಬಳಿ ಆಸ್ತಿಯೂ ಇರಲಿಲ್ಲ, ಆಶ್ರಯವೂ ಇರಲಿಲ್ಲ.
ಮುಂದಿನ ದಾರಿ ಮಂಜಿನಂತೆ ಕಾಣುತ್ತಿತ್ತು,
ಆಗ ಬದುಕು ನನ್ನನ್ನು ಪರೀಕ್ಷಿಸುತ್ತಿತ್ತು.

ಸಂಬಂಧಗಳಿಗಿಂತ ಪ್ರಶ್ನೆಗಳೇ ಹೆಚ್ಚಾಗಿದ್ದವು,
ಧೈರ್ಯಕ್ಕಿಂತ ಆತಂಕವೇ ಜೊತೆಗಿತ್ತು.
ಆ ಸಮಯದಲ್ಲಿ ಕಾಣದ ಒಂದು ಶಕ್ತಿ,
"ಭಯಪಡಬೇಡ, ನಾನು ಇದ್ದೇನೆ" ಎಂದಿತು.

ಆ ಕೈ ರವಿನಂದನನದು,
ಆ ಧ್ವನಿ ಶನ್ಯೈಶ್ಚರನ ಕರುಣೆಯದು.
ಬದುಕಿಗೆ ಒಂದು ನೆಲೆ, ನೆರಳು, ಆಶ್ರಯ ನೀಡಿ,
ನನ್ನ ನಾಳೆಯ ಬಾಗಿಲು ತೆರೆದನು.

ಇಂದು ನಾನು ವಾಸಿಸುವ ಈ ಮನೆ,
ಕೇವಲ ಇಟ್ಟಿಗೆ ಮತ್ತು ಸಿಮೆಂಟಿನ ಕಟ್ಟಡವಲ್ಲ.
ಇದು ನನ್ನ ಹೋರಾಟಕ್ಕೆ ಸಿಕ್ಕ ಉತ್ತರ,
ದೇವರ ಕೃಪೆಗೆ ನಿಂತ ಸಾಕ್ಷಿ.

ಆದ್ದರಿಂದ ಈ ಮನೆಯ ಹೆಸರು "ರವಿನಂದನ",
ಗೋಡೆಯ ಮೇಲಿನ ಪದ ಮಾತ್ರವಲ್ಲ.
ನಾನು ಏನೂ ಇಲ್ಲದೆ ಬಂದಾಗ ಕೈ ಹಿಡಿದ ದೇವರಿಗೆ,
ನನ್ನ ಜೀವಮಾನವಿಡೀ ಸಲ್ಲಿಸುವ ಕೃತಜ್ಞತೆ.

5. ಒಮ್ಮೆ ಹಿಮಾಲಯಲ್ಲಿ

ಹಿಮಾಲಯವೆಂದರೆ ನನಗೆ ಕೇವಲ ಪರ್ವತವಲ್ಲ,
ಅದು ಭೂಮಿಯ ನೆತ್ತಿಯ ಮೇಲಿನ ಧ್ಯಾನದ ಗೆರೆ.
ಮೋಡಗಳನ್ನು ಹೊದ್ದುಕೊಂಡು ನಿಂತಿರುವ ಶಿಖರಗಳು,
ಮನಸ್ಸನ್ನು ತನ್ನಲ್ಲೇ ಲೀನಗೊಳಿಸುತ್ತವೆ.

ಎಷ್ಟೋ ನದಿಗಳಿಗೆ ಜನ್ಮ ನೀಡಿದ ತಾಯಿ ಅದು,
ಎಷ್ಟೋ ಯಾತ್ರಿಕರ ಕನಸುಗಳಿಗೆ ದಾರಿ ಅದು.
ಹಿಮದ ಹೊದಿಕೆಯೊಳಗೆ ಸಾವಿರ ಕಥೆಗಳಿವೆ,
ಪ್ರಕೃತಿಯ ಮಹಾಕಾವ್ಯವೇ ಹಿಮಾಲಯ.

ಚಿತ್ರಗಳಲ್ಲಿ ನೋಡಿದ್ದೇನೆ, ಪುಸ್ತಕಗಳಲ್ಲಿ ಓದಿದ್ದೇನೆ,
ಅದರ ಸೌಂದರ್ಯವನ್ನು ಪದಗಳಲ್ಲಿ ಹಿಡಿಯಲು ಯತ್ನಿಸಿದ್ದೇನೆ.
ಆದರೆ ಕೆಲವು ಅದ್ಭುತಗಳು ಅನುಭವಿಸಬೇಕಷ್ಟೇ,
ಹಿಮಾಲಯ ಅಂತಹ ಒಂದು ಅನುಭವ.

ಜೀವನದ ಓಟದ ನಡುವೆ ಒಂದು ಆಸೆ ಉಳಿದಿದೆ,
ಒಮ್ಮೆಯಾದರೂ ಅದರ ಎದುರು ಮೌನವಾಗಿ ನಿಲ್ಲಬೇಕು.
ಶಿಖರಗಳತ್ತ ನೋಡಿ ನನ್ನ ಸಣ್ಣತನ ಅರಿಯಬೇಕು,
ಅದರ ಮಡಿಲಲ್ಲಿ ಒಂದು ಕ್ಷಣ ಕಳೆಯಬೇಕು.

ದೇವರು ಇನ್ನೊಂದು ಅವಕಾಶ ಕೊಟ್ಟರೆ,
ನನ್ನ ಹೆಜ್ಜೆಗಳು ಒಮ್ಮೆ ಹಿಮಾಲಯದತ್ತ ಸಾಗಲಿ.
ಅಲ್ಲಿನ ಹಿಮವನ್ನು ಕೈಯಲ್ಲಿ ಮುಟ್ಟಿ,
ಒಂದು ಹಳೆಯ ಕನಸು ನೆರವೇರಲಿ.

6. ಜಗಳದ ನಂತರದ ಪ್ರೀತಿ

ಮಾತಿಗೆ ಮಾತು ಬೆಸೆದು,
ಇಬ್ಬರ ಧ್ವನಿಯೂ ಎತ್ತರವಾಗಿತ್ತು.
ಸಣ್ಣ ಕಾರಣದಿಂದ ಶುರುವಾದ ಜಗಳ,
ಕೋಪಕ್ಕಿಂತ ಪ್ರೀತಿ ದೊಡ್ಡದಾಗಿತ್ತು.

ನೀನು ಒಂದು ಮೂಲೆಯಲ್ಲಿ ಮೌನವಾಗಿದ್ದೆ,
ನಾನು ಇನ್ನೊಂದು ಮೂಲೆಯಲ್ಲಿ ಯೋಚಿಸುತ್ತಿದ್ದೆ.
ಗೆಲ್ಲುವ ಹಠಕ್ಕಿಂತ,
ನಿನ್ನ ನಗುವನ್ನೇ ಮರಳಿ ನೋಡಬೇಕೆನಿಸಿತು.

ಸಂಸಾರ ಎಂದರೆ ಜಗಳವಿಲ್ಲದ ಬದುಕಲ್ಲ,
ಜಗಳದ ನಂತರವೂ ಕೈ ಬಿಡದ ಬಂಧ.
ಕೋಪದ ಮಾತುಗಳು ಗಾಯ ಮಾಡಬಹುದು,
ಪ್ರೀತಿಯ ಮಾತುಗಳು ಅವನ್ನು ಗುಣಪಡಿಸುತ್ತವೆ.

ನಿನ್ನ ಬಳಿಗೆ ಬಂದು ನಿಧಾನವಾಗಿ ಹೇಳಿದೆ,
"ತಪ್ಪು ಯಾರದು ಎಂಬುದಕ್ಕಿಂತ,
ನೀನು ನನ್ನ ಜೊತೆ ಇರುವುದು ಮುಖ್ಯ."
ನಿನ್ನ ಕಣ್ಣಲ್ಲಿ ಮತ್ತೆ ಮೃದುತನ ಮೂಡಿತು.

ಆ ದಿನ ನನಗೆ ಮತ್ತೊಮ್ಮೆ ಅರ್ಥವಾಯಿತು,
ಹೆಂಡತಿಯನ್ನು ಗೆಲ್ಲುವುದಲ್ಲ ಪ್ರೀತಿ.
ಅವಳ ಮನವನ್ನು ಗೆಲ್ಲುವುದೇ ಪ್ರೀತಿ,
ಜಗಳಗಳು ಬಂದರೂ ಪ್ರೀತಿ ಉಳಿಯಬೇಕು.

7. ಅಪ್ಪನ ಕೈ ಗಡಿಯಾರ

ಅಪ್ಪನ ಕೈಯಲ್ಲಿದ್ದ
ಆ ಕೀ ಕೊಡುವ ವಾಚ್,
ಸಮಯ ತೋರಿಸುವ ಸಾಧನ ಮಾತ್ರವಲ್ಲ,
ನಮ್ಮ ಮನೆಯ ನೆನಪುಗಳ ಗೆಳೆಯ.

ಪ್ರತಿ ಬೆಳಿಗ್ಗೆ ಕೀ ಕೊಡುವಾಗ,
ಅಪ್ಪನ ಮುಖದಲ್ಲಿ ಸಂತೋಷ ಇತ್ತು.
ಅದರ ಟಿಕ್ ಟಿಕ್ ಸದ್ದಿನೊಳಗೆ,
ಜೀವನದ ಕ್ರಮಬದ್ಧತೆಯಿತ್ತು.

ಇಂದಿನ ಡಿಜಿಟಲ್ ಜಗತ್ತಿನಲ್ಲಿ,
ಸಮಯ ಮೊಬೈಲ್‌ನಲ್ಲಿ ಸಿಗುತ್ತದೆ.
ಆದರೆ ಆ ವಾಚ್‌ನ ಟಿಕ್ ಟಿಕ್ ಸದ್ದು,
ಯಾವ ನೆನಪಿನಿಂದಲೂ ಮಾಯವಾಗುವುದಿಲ್ಲ.

ಅದರ ಗಾಜಿನ ಮೇಲಿದ್ದ ಗೀರುಗಳು,
ದೋಷಗಳಲ್ಲ, ಕಾಲದ ಹೆಜ್ಜೆ ಗುರುತುಗಳು.
ಅದರ ಸೂಜಿಗಳು ಸುತ್ತಿದಂತೆ,
ಒಂದು ತಲೆಮಾರಿನ ಕಥೆಯೂ ಸುತ್ತಿತ್ತು.

ಇಂದು ಆ ವಾಚ್ ನಿಂತಿರಬಹುದು,
ಆದರೆ ಅದರ ನೆನಪು ನಿಂತಿಲ್ಲ.
ಅಪ್ಪನ ಸ್ಪರ್ಶದಂತೆ,
ಅದು ನನ್ನ ಹೃದಯದಲ್ಲಿ ಇನ್ನೂ ನಡೆಯುತ್ತಿದೆ.

8. ತಾತನ ಅಂಗಡಿ

ನನ್ನ ಬಾಲ್ಯದ ಸ್ವರ್ಗವೆಂದರೆ
ತಾತನ ಆ ಚಿಕ್ಕ ಅಂಗಡಿ.
ಅಲ್ಲಿ ಹಣಕ್ಕಿಂತ ಹೆಚ್ಚಾಗಿ,
ಸಂತೋಷದ ವ್ಯಾಪಾರ ನಡೆಯುತ್ತಿತ್ತು.

ಗಾಜಿನ ಬಾಟಲಿಗಳೊಳಗೆ ಮಿಠಾಯಿಗಳ ನಗು,
ಡಬ್ಬಿಗಳೊಳಗೆ ಬಣ್ಣಬಣ್ಣದ ಗೋಲಿಗಳು.
ಅವೆಲ್ಲ ನನ್ನ ಕಣ್ಣಿಗೆ,
ಲೋಕದ ದೊಡ್ಡ ಖಜಾನೆಯಂತೆ ಕಾಣುತ್ತಿದ್ದವು.

ಒಂದು ರೂಪಾಯಿ ಸಿಕ್ಕರೆ ಸಾಕು,
ರಾಜನಂತೆ ಅಂಗಡಿಗೆ ಓಡುತ್ತಿದ್ದೆ.
ಮಿಠಾಯಿಯ ಸಿಹಿ, ಗೋಲಿಯ ಬಣ್ಣ,
ಅವೇ ನನ್ನ ಬಾಲ್ಯದ ಕನಸುಗಳು.

ತಾತನ ಕೈಯಿಂದ ಸಿಕ್ಕ ಒಂದು ಮಿಠಾಯಿ,
ಇಂದಿನ ಸಾವಿರ ರೂಪಾಯಿಗಿಂತ ಬೆಲೆಬಾಳುತ್ತದೆ.
ಅವನ ನಗುವಿನಲ್ಲಿ ಪ್ರೀತಿ ಇತ್ತು,
ಅವನ ಅಂಗಡಿಯಲ್ಲಿ ಆತ್ಮೀಯತೆ ಇತ್ತು.

ಇಂದು ಅಂಗಡಿ ಇರದಿರಬಹುದು,
ಮಿಠಾಯಿಯ ಬಾಟಲಿಗಳು ಖಾಲಿಯಾಗಿರಬಹುದು.
ತಾತನ ಅಂಗಡಿಯ ನೆನಪು ಮಾತ್ರ,
ನನ್ನ ಹೃದಯದಲ್ಲಿ ಇನ್ನೂ ಸಿಹಿಯಾಗಿಯೇ ಉಳಿದಿದೆ.

9. ವಾರಸಿಲ್ಲದ ಸಂಪತ್ತು

ಹೂಗಳ ಮಾರುತ್ತಿದ್ದ ಮಹದೇವಮ್ಮ,
ತನ್ನ ಬದುಕನ್ನೇ ಮೌನವಾಗಿ ಹೊತ್ತು ನಡೆದವಳು.
ಆಸ್ತಿಗೆ ವಾರಸುದಾರರಿರಲಿಲ್ಲ,
ಆದರೂ ಅವಳ ಹೃದಯ ಮಾತ್ರ ಶ್ರೀಮಂತವಾಗಿತ್ತು.

ನಾನು ಕಂಡಾಗಲೆಲ್ಲ ಪ್ರೀತಿಯಿಂದ ಕರೆಯುತ್ತಿದ್ದಳು,
"ಲೇ ಮಗನೆ, ಕೆಟ್ಟ ಸಹವಾಸ ಬಿಡು" ಎನ್ನುತ್ತಿದ್ದಳು.
"ನಿನ್ನ ಒಳ್ಳೆಯತನಕ್ಕೆ ದೇವರು ಒಳ್ಳೆಯದೇ ಮಾಡ್ತಾನೆ,"
ಎಂದು ಆಶೀರ್ವಾದದ ಮಾತು ಹೇಳುತ್ತಿದ್ದಳು.

ನೆನ್ನೆ ಮುಖಾಮುಖಿಯಾಗಿ ನಗುತ್ತ ಮಾತನಾಡಿದ್ದೆವು,
ಅನಾನಸ್ ಹಣ್ಣು ಕೊಟ್ಟು ತಿನ್ನಲು ಹೇಳಿದ್ದೆ.
ಇನ್ನೂ ಭೇಟಿಯಾಗುವ ದಿನಗಳಿವೆ ಎಂದುಕೊಂಡೆವು,
ಆದರೆ ವಿಧಿಗೆ ನಮ್ಮ ಯೋಜನೆಗಳ ಅರಿವಿರಲಿಲ್ಲ.

ಇಂದು ಮುಂಜಾನೆ ದುಃಖದ ಸುದ್ದಿ ಬಂತು,
"**ಮಹದೇವಮ್ಮ ಇನ್ನಿಲ್ಲ**" ಎಂಬ ಮಾತು ಕೇಳಿಸಿತು.
ನಿನ್ನೆ ಮಾತನಾಡಿದ ಧ್ವನಿ ಕಿವಿಯಲ್ಲೇ ಇರುವಾಗ,
ಇಂದು ಅವಳು ನೆನಪಾಗಿ ಉಳಿದುಬಿಟ್ಟಳು.

ಆಸ್ತಿಗೆ ವಾರಸುದಾರರಿರದಿರಬಹುದು,
ಒಳ್ಳೆಯತನಕ್ಕೆ ಹಲವಾರು ವಾರಸುದಾರರಿದ್ದಾರೆ.
ಅವಳು ಬಿಟ್ಟ ಮಮತೆ ಎಂದಿಗೂ ಅಳಿಯದು,
ನನ್ನ ಹೃದಯದಲ್ಲಿ ಶಾಶ್ವತವಾಗಿ ಉಳಿದಿದೆ.

10. ಮೂರ್ತಿಯ ಕೀರ್ತಿ

ವಾಣಿಜ್ಯ ತೆರಿಗೆ ಇಲಾಖೆಯ ನೌಕರ ಮೂರ್ತಿ,
ಸರ್ಕಾರಿ ಕೆಲಸದಲ್ಲಿದ್ದರೂ ಸರಳತೆಯೇ ಆಭರಣ.
ಬೆಂಗಳೂರಿಗೆ ಬಂದವರಿಗೆ ಅವರ ಮನೆ,
ವಿಳಾಸವಲ್ಲ, ಒಂದು ಆಶ್ರಯವಾಗಿತ್ತು.

ಇನ್ನೂರು ಚದುರಡಿ ಮನೆಯೊಳಗೆ,
ಹತ್ತಕ್ಕೂ ಹೆಚ್ಚು ಜನರ ಸಂಸಾರ ನಗುತ್ತಿತ್ತು.
ಸಂಬಳ ಬೇಗ ಕರಗುತ್ತಿದ್ದರೂ,
ಅತಿಥಿಗಳಿಗೆ ಅನ್ನ ಎಂದೂ ಕಡಿಮೆಯಾಗಲಿಲ್ಲ.

ಸ್ವಲ್ಪ ಮಧ್ಯದ ವ್ಯಸನವಿತ್ತು,
ಆದರೆ ಮನಸ್ಸು ಮಗುವಿನಷ್ಟು ನಿರ್ಮಲವಾಗಿತ್ತು.
ನನ್ನ ಹೆಸರನ್ನು ಕೇಳಿದ ಕ್ಷಣವೇ,
ಮಧ್ಯರಾತ್ರಿಯಲ್ಲೂ ಎದ್ದು ಮಾತನಾಡುತ್ತಿದ್ದರು.

ಏರಿಯಾದ ಯಾರ ಮನೆಯಲ್ಲಿ ದುಃಖವಿದ್ದರು,
ಮೊದಲು ತಲುಪುವವರಲ್ಲಿ ಮೂರ್ತಿಯೂ ಒಬ್ಬರು.
ಅಳುವವರಿಗೆ ಹೆಗಲು ಕೊಟ್ಟು,
ತಮ್ಮವರಂತೆ ಕಣ್ಣೀರು ಹಾಕುತ್ತಿದ್ದರು.

ವಿಧಿ ಮಾತ್ರ ಕರುಣೆ ತೋರಲಿಲ್ಲ,
ಯೌವನದಲ್ಲೇ ಅವರನ್ನು ಕರೆದೊಯ್ದಿತು.
ಇಂದು ಮೂರ್ತಿ ಇಲ್ಲ, ಮಮತೆ ಮಾತ್ರ ಜೀವಂತ,
ಅವರ ದೊಡ್ಡ ಹೃದಯವೇ ಇಂದಿಗೂ ನೆನಪಾಗಿದೆ.

11. ಕಾವ್ಯ ಸ್ಫೂರ್ತಿ

ನನ್ನ ಕೈಯಲ್ಲಿ ಮೂಡಿದ ಪದಗಳಿಗೆ,
ಒಂದು ದಿನ ಅಕ್ಷರದ ದಾರಿ ಸಿಕ್ಕಿತು.
ಭಾವನೆಗಳಿಗೆ ಭಾಷೆಯೂ, ಕಾವ್ಯದ ರೂಪವೂ ಸಿಕ್ಕಿತು,
ಆ ದಾರಿಯಲ್ಲಿ ಇಬ್ಬರು ಮಹಾಕವಿಗಳು ಸಿಕ್ಕರು.

ಕೆ. ಎಸ್. ನರಸಿಂಹಸ್ವಾಮಿ ಅವರ ಕವನಗಳಲ್ಲಿ,
ಮನೆಯ ಉಸಿರು, ಸಂಸಾರದ ಸೊಬಗು ಕಂಡೆ.
ಪ್ರೀತಿಯನ್ನು ಸರಳ ಪದಗಳಿಂದ ಪೂಜಿಸುವುದನ್ನು,
ಅವರ ಕಾವ್ಯವೇ ನನಗೆ ಕಲಿಸಿತು.

ಕುವೆಂಪು ಅವರ ಕಾವ್ಯದಲ್ಲಿ,
ವಿಶ್ವಮಾನವನ ವಿಶಾಲತೆ ಕಂಡೆ.
ಪ್ರಕೃತಿಯೊಡನೆ ಬದುಕುವ ದೃಷ್ಟಿಯನ್ನೂ,
ಜೀವನವನ್ನು ಅರಿಯುವ ಜ್ಞಾನವನ್ನೂ ಪಡೆದೆ.

ನರಸಿಂಹಸ್ವಾಮಿ ಭಾವದ ಹೂವಾದರೆ,
ಕುವೆಂಪು ಚಿಂತನೆಯ ಆಲದಮರ.
ಒಬ್ಬರು ಹೃದಯ ತೆರೆದರೆ,
ಇನ್ನೊಬ್ಬರು ಚಿಂತನೆಯ ದಾರಿ ತೆರೆದರು.

ಆದ್ದರಿಂದ ನನ್ನ ಕವನಗಳಲ್ಲಿ,
ನನ್ನ ಊರು, ಜನ, ನೆನಪುಗಳು ಅರಳುತ್ತವೆ.
ಪ್ರೀತಿಯ ಮೃದುತ್ವ, ಜೀವನದ ವಿಶಾಲತೆ ಬೆರೆತು,
ಅದೇ ನನ್ನ ಕಾವ್ಯದ ಸ್ಫೂರ್ತಿ, ಕೃತಜ್ಞತೆ.

12. ವರ್ಷದ ಮೊದಲ ಮಳೆ

ಬೇಸಿಗೆಯ ಸುಡುವ ದಿನಗಳ ನಂತರ,
ಆಕಾಶ ಕಪ್ಪು ಸೀರೆಯುಟ್ಟಿತು.
ಗಾಳಿಯು ಮರಗಳಿಗೆ ಗುಟ್ಟು ಹೇಳಿತು,
ಮೋಡಗಳು ತಮ್ಮ ವಾಗ್ದಾನ ಉಳಿಸಿಕೊಂಡವು

ಮೊದಲ ಹನಿ ಮಣ್ಣಿಗೆ ತಾಗಿದ ಕ್ಷಣ,
ಭೂಮಿಯ ಹೃದಯವೇ ತೆರೆದಂತಾಯಿತು.
ಆ ಮಣ್ಣಿನ ವಾಸನೆ ನೆನಪುಗಳನ್ನು ಎಬ್ಬಿಸಿತು,
ಬಾಲ್ಯದ ಸಾವಿರ ಸಂಜೆಯನ್ನು ಮರಳಿಸಿತು.

ಕಾಗದದ ದೋಣಿಗಳು, ಕೆಸರಿನ ಹೆಜ್ಜೆಗಳು,
ಮಳೆಯಲ್ಲಿ ನೆನೆದ ನಗುವಿನ ದಿನಗಳು.
ಅಮ್ಮನ ಕೂಗು, ಸ್ನೇಹಿತರ ಗಲಾಟೆ,
ಎಲ್ಲವೂ ಮತ್ತೆ ಕಣ್ಣಮುಂದೆ ಬಂದವು.

ವರ್ಷದ ಮೊದಲ ಮಳೆ ನೀರಲ್ಲ,
ಪ್ರಕೃತಿಯ ಮರುಜನ್ಮದ ಹಬ್ಬ.
ಒಣಗಿದ ಮರಗಳಿಗೆ ಹೊಸ ಹಸಿರು,
ಮನಸ್ಸಿಗೆ ಹೊಸ ಉಸಿರು, ಹೊಸ ಕನಸು.

ಆದ್ದರಿಂದ ಮೊದಲ ಮಳೆ ನನಗೆ ಇಷ್ಟ,
ಅದರ ಮಣ್ಣಿನ ಪರಿಮಳ ಇನ್ನೂ ಇಷ್ಟ.
ಆ ಪರಿಮಳದ ಪ್ರತಿಯೊಂದು ಉಸಿರಿನಲ್ಲಿ,
ನನ್ನ ಬಾಲ್ಯ ಇಂದಿಗೂ ಒದ್ದೆಯಾಗಿಯೇ ಉಳಿದಿದೆ.

13. ಯುಗಾದಿಯ ಸಂಭ್ರಮ

ಯುಗಾದಿ ಬಂದರೆ ಮನೆಯ ಬಾಗಿಲು,
ಹೊಸ ಸಂಭ್ರಮದ ಉಸಿರು ಪಡೆಯುತ್ತದೆ.
ಹಸಿರು ಮಾವಿನ ತೋರಣ ತೂಗುತ್ತಾ,
ಹೊಸ ವರ್ಷದ ಆಗಮನ ಸಾರುತ್ತದೆ.

ಬೆಳಗಿನ ಹರಳೆಣ್ಣೆಯ ಮಜ್ಜನ,
ತಾಯಿಯ ಕೈಗಳ ಸುವಾಸನೆ ಉಳಿಯುತ್ತದೆ.
ಸುಡು ಸುಡು ನೀರಿನ ಸ್ನಾನದ ನಂತರ,
ಮನಸ್ಸೂ ಹೊಸದಾಗಿ ಅರಳುತ್ತದೆ.

ಬೇವು-ಬೆಲ್ಲದ ತಟ್ಟೆ ಮುಂದೆ ಬಂದಾಗ,
ಜೀವನದ ಪಾಠ ನೆನಪಾಗುತ್ತದೆ.
ಸಿಹಿ-ಕಹಿ ಎರಡನ್ನೂ ಸಮವಾಗಿ,
ಸ್ವೀಕರಿಸಬೇಕು ಎಂದು ಕಲಿಸುತ್ತದೆ.

ಹೋಳಿಗೆಯ ಪರಿಮಳ ಮನೆ ತುಂಬಿದರೆ,
ಹಬ್ಬದ ಸಂಭ್ರಮ ಇನ್ನಷ್ಟು ಹೆಚ್ಚುತ್ತದೆ.
ಬಂಧುಗಳ ನಗು, ಹಿರಿಯರ ಆಶೀರ್ವಾದ,
ಮನೆಯನ್ನೇ ಹಬ್ಬವನ್ನಾಗಿಸುತ್ತವೆ.

ಯುಗಾದಿ ಹೊಸ ವರ್ಷದ ದಿನವಲ್ಲ,
ಕನ್ನಡ ಸಂಸ್ಕೃತಿಯ ಜೀವಂತ ಹಬ್ಬ.
ಸಂಪ್ರದಾಯ, ಪ್ರೀತಿ, ಆಶೆಯ ಸಂಗಮ,
ಹೊಸ ಕನಸುಗಳ ಮೊದಲ ನಗು.

14. ದಾಸಪ್ಪನ ಜಾಗಟೆ

ವರ್ಷಕ್ಕೊಮ್ಮೆ ಆ ಹಿರಿಯರ ಹಬ್ಬ ಬರುತ್ತಿತ್ತು,
ಊರಿಗೆಲ್ಲ ಒಬ್ಬನೇ ಇದ್ದ ದಾಸಪ್ಪನನ್ನು ಹುಡುಕಿ,
ಗೌರವದಿಂದ ಮನೆಗೆ ಕರೆತಂದು ಕೂರಿಸುತ್ತಿದ್ದರು.
ಅವನ ಆಗಮನವೇ ಹಬ್ಬದ ಆರಂಭವಾಗುತ್ತಿತ್ತು.

ಮನೆಯೊಳಗೆ ಧೂಪದ ಪರಿಮಳ ಹರಡುತ್ತಿತ್ತು,
ದೇವರ ಮುಂದೆ ದೀಪದ ಜ್ಯೋತಿ ಮಿನುಗುತ್ತಿತ್ತು.
ದಾಸಪ್ಪನ ಶಂಖ, ಜಾಗಟೆಯ ನಾದ ಊರೆಲ್ಲ ಹರಡಿ
ಎಲ್ಲರ ಮನವು ಭಕ್ತಿಯಲ್ಲಿ ತೇಲುತ್ತಿತ್ತು

ದೇವರ ಎಡೆ ಮುಂದೆ ಹಣ್ಣುಗಳ ಸಾಲು,
ಹೋಳಿಗೆ, ಲಾಡು, ಕೋಸಂಬರಿ, ಸಿಹಿತಿಂಡಿಗಳ ಜಾತ್ರೆ.
ಎಲ್ಲರ ಕಣ್ಣು ದೇವರ ಮೇಲೆ, ನಮ್ಮ ಕಣ್ಣು ತಟ್ಟೆಯ ಮೇಲೆ
ಬಾಲ್ಯದ ಹೊಟ್ಟೆಗೆ ಭಕ್ತಿಗಿಂತ ಹಸಿವೇ ದೊಡ್ಡದು.

ಯಾರೂ ನೋಡದ ಕ್ಷಣಕ್ಕಾಗಿ ಕಾಯುತ್ತಿದ್ದೆವು,
ನಿಧಾನವಾಗಿ ಕೈ ಚಾಚಿ ಹಣ್ಣು ಕದ್ದುಕೊಳ್ಳುತ್ತಿದ್ದೆವು.
ಒಂದು ಹೋಳಿಗೆಯನ್ನು ಅಂಗಿಯೊಳಗೆ ಅಡಗಿಸಿ,
ಈ ತಿಂದ ಸಿಹಿಗೆ ಕಳ್ಳತನದ ರುಚಿಯೂ ಬೆರೆತಿರುತ್ತಿತ್ತು.

ಇಂದು ವರ್ಷಗಳು ಉರುಳಿ ಹೋಗಿವೆ,
ದಾಸಪ್ಪನ ಶಂಖದ ನಾದವೂ ಮೌನವಾಗಿದೆ.
ಆದರೆ ಧೂಪದ ವಾಸನೆ ಬಂದಾಗಲೆಲ್ಲ
ಆ ದಿನಗಳ ಆತ್ಮೀಯತೆಯೇ ಮನಸ್ಸನ್ನು ತೇವಗೊಳಿಸುತ್ತದೆ.

15. ಪ್ರಣತಿಯ ನಗು

ದಿನವಿಡೀ ಬದುಕಿನ ಜಂಜಾಟದ ನಂತರ,
ಆಯಾಸ ಹೊತ್ತು ಮನೆ ಸೇರುತ್ತೇನೆ.
ಬಾಗಿಲಿಗೆ ಓಡಿ ಬರುವ ಅವಳು ನಗುವಲ್ಲಿ,
"ಅಪ್ಪಾ ಬಂದೆಯಾ?" ಎಂದು ಕರೆಯುತ್ತಾಳೆ.

ಅವಳ ನಗುವೇ ಮನೆಯ ಬೆಳಕು,
ತುಂಟಾಟವೇ ಸಂಭ್ರಮ ಮನೆಯೇ ಆಟದ ಮೈದಾನ.
ಸಾವಿರ ಪ್ರಶ್ನೆಗಳ ಸುರಿಮಳೆ ಸುರಿಸಿ,
ನನ್ನನ್ನೂ ಮಗುವಾಗಿಸುತ್ತಾಳೆ.

ಸಿಟ್ಟಾದರೆ ತುಟಿ, ಕಣ್ಣು ಉಬ್ಬಿಸಿಕೊಳ್ಳುತ್ತಾಳೆ,
ದೂರ ಕುಳಿತು ಮೌನವಾಗುತ್ತಾಳೆ.
ಕ್ಷಣದಲ್ಲೇ ಓಡಿ ಬಂದು ಅಪ್ಪಿಕೊಳ್ಳುತ್ತಾಳೆ,
ಮೋಡದಂತೆ ಮನಸು ಕರಗುತ್ತದೆ.

ಜೀವನದ ನೋವುಗಳು ಕೆಲವೊಮ್ಮೆ
ಹೃದಯದ ಮೇಲೆ ಕಲ್ಲಿನಂತೆ ಕುಳಿತುಕೊಳ್ಳುತ್ತವೆ.
ಒಂದು ಅಪ್ಪುಗೆ, ಒಂದು "ಅಪ್ಪಾ" ಎಂಬ ಕರೆಯೇ
ಆ ಕಲ್ಲುಗಳನ್ನು ಹೂಗಳನ್ನಾಗಿ ಮಾಡಿಬಿಡುತ್ತದೆ.

ದೇವರು ನನಗೆ ದೊಡ್ಡ ಆಸ್ತಿ ಕೊಡದಿದ್ದರೂ ಪರವಾಗಿಲ್ಲ,
ಈ ಮಗಳ ಪ್ರೀತಿಯನ್ನು ಮಾತ್ರ ಕಾಪಾಡಲಿ.
ನನ್ನೆಲ್ಲ ಆಯಾಸಗಳಿಗೆ, ಎಲ್ಲಾ ದುಃಖಗಳಿಗೆ ಔಷಧಿ ಅವಳು,
ನನ್ನ ಬದುಕಿನ ಅತ್ಯಂತ ಸುಂದರ ನಗು ಅವಳು.

16. ತಂದೆಯ ಮೌನ

ಮಗ ದೂರವಾದ ದಿನ
ತಂದೆ ಅಳಲಿಲ್ಲ, ಕೂಗಲಿಲ್ಲ.
ಆದರೆ ಅವನ ಕಣ್ಣುಗಳು ಮಾತ್ರ
ಬಾಗಿಲಿನ ದಾರಿಯನ್ನೇ ನೋಡುತ್ತಿದ್ದವು.

ಜನರು ಕೇಳಿದಾಗ
"**ಅವನು ಚೆನ್ನಾಗಿದ್ದಾನೆ**" ಎಂದಷ್ಟೇ ಹೇಳಿದ.
ಮಾತುಗಳು ಮೌನದೊಳಗೆ ಚಿಕ್ಕದಾಗಿದ್ದವು,
ಆದರೆ ಸಾವಿರ ಹೇಳಲಾಗದ ನೋವುಗಳಿದ್ದವು.

ಹಬ್ಬಗಳು ಬಂದವು, ವರ್ಷಗಳು ಕಳೆದವು,
ಮನೆಯ ತಟ್ಟೆಯಲ್ಲಿ ಊಟವೂ ಬಂತು.
ಆದರೆ ಒಂದು ತಟ್ಟೆ ಮಾತ್ರ
ಪ್ರತಿದಿನ ನೆನಪಿನಲ್ಲೇ ಉಳಿಯಿತು.

ಅಹಂಕಾರವಲ್ಲ ಅವನ ಮೌನ,
"**ಮೊದಲು ಯಾರು ಮಾತನಾಡಬೇಕು**?" ಎನ್ನುವ ಪ್ರಶ್ನೆಯಲ್ಲಿ
ಇಬ್ಬರೂ ಸಮಯ ಕಳೆದುಕೊಂಡರು.
ಕಾಲ ಮಾತ್ರ ಮಧ್ಯೆ ಗೋಡೆಯಾಗಿ ನಿಂತಿತು.

ಇಂದಿಗೂ ಬಾಗಿಲ ಬಳಿ ನೆರಳು ಬಿದ್ದಾಗ,
"**ಬಹುಶಃ ಮಗ ಬಂದಿರಬಹುದು**" ಎಂದು
ಒಂದು ಕ್ಷಣ ಹೃದಯ ಎಚ್ಚರಗೊಳ್ಳುತ್ತದೆ.
ಅದೇ ತಂದೆಯ ಮೌನದ ಪ್ರಾರ್ಥನೆ.

17. ಸೀತೆಯ ಅಗ್ನಿ ಪರೀಕ್ಷೆ

ಅಯೋಧ್ಯೆಯ ಅರಮನೆಯಲ್ಲಿ ಮೌನ ನೆಲೆಸಿತು,
ಪರರ ಮಾತು ಬಿರುಗಾಳಿಯಾಗಿ ಬೀಸಿತು.
ರಾಮನ ಹೃದಯ ಧರ್ಮದೊಳಗೆ ತಲ್ಲಣಿಸಿತು,
ಸೀತೆಯ ನಗುವೇ ನೋವಾಗಿ ಕರಗಿತು.

ನಂಬಿಕೆಯ ಕಣ್ಣು ಪ್ರಶ್ನೆಗೆ ಸಿಲುಕಿತು,
ಪ್ರೀತಿಯ ಹಾದಿ ಮುಳ್ಳಾಗಿ ಬದಲಾಯಿತು.
ಲೋಕದ ಅನುಮಾನ ನೆರಳಾಗಿ ಬೆಳೆದಾಗ,
ವಿಧಿಯೇ ಇಬ್ಬರ ನಡುವೆ ನಿಂತಿತು.

ಅರಣ್ಯದ ದಾರಿ ಮತ್ತೆ ಕರೆಯಿತು,
ಸೀತೆ ಮೌನವಾಗಿ ಹೆಜ್ಜೆ ಇಟ್ಟಳು.
"ಸತ್ಯವೇ ನನ್ನ ಉಸಿರು" ಎನ್ನುವ ಧೈರ್ಯದಿಂದ,
ಅಗ್ನಿಯನ್ನೇ ಸಾಕ್ಷಿಯಾಗಿ ಆರಿಸಿಕೊಂಡಳು.

ಜ್ವಾಲೆಗಳ ನಡುವೆ ಅವಳು ನಿಂತಳು,
ಶುದ್ಧತೆಯ ಬೆಳಕು ಅಲ್ಲೇ ಅರಳಿತು.
ರಾಮನ ಕಣ್ಣಲ್ಲಿ ನೋವಿನ ಮಳೆ ಸುರಿಯಿತು,
ಧರ್ಮವೂ ಕ್ಷಣಕಾಲ ಮೌನವಾಗಿತು.

ಅಗ್ನಿಯಿಂದ ಹೊರಬಂದಳು ಸತ್ಯದ ಕಿರಣವಾಗಿ,
ಅನುಮಾನಗಳೆಲ್ಲ ಭಸ್ಮವಾಗಿ ಹೋದವು.
ಸೀತೆಯ ಮೌನ ಪ್ರೀತಿಯ ಮಹಾಗೀತೆಯಾಯಿತು,
ರಾಮಾಯಣ ಯುಗಯುಗಕ್ಕೂ ಬೆಳಕಾಯಿತು.

18. ಬಡತನದ ಬೇಗೆ

ಮಣ್ಣಿನ ಮನೆಯೊಳಗೆ ಹೊಗೆ ತುಂಬಿದ ಉಸಿರಿನ ಬದುಕು
ಬೆವರು ಸುರಿದು ಕಟ್ಟಿದ ದಿನಗಳ ಕಷ್ಟದ ಕಥೆ
ಬಡತನದ ತಟ್ಟೆಯ ಮೇಲೆ ನಿಂತ ಆಸೆಯ ಕನಸುಗಳು
ಆದರೆ ಹೊಟ್ಟೆ ತುಂಬದ ಹೊತ್ತಿಗೆ ಕಣ್ಣೀರು ಮಾತಾಡಿತು

ಗಂಡನ ಕಣ್ಣಲ್ಲಿ ಬೆಳಗಿದ ದೊಡ್ಡ ಕನಸಿನ ಹೊಳೆ
ನಗರದ ಬೆಳಕು ತಲುಪಬೇಕು ಎಂಬ ಅಸ್ಪಷ್ಟ ಆಸೆ
"ನಮ್ಮ ಜೀವನ ಇದೇ, ಇನ್ನೇನೂ ಬದಲಾವಣೆ ಇಲ್ಲ"
ಎಂದು ಅವಳು ನಿಟ್ಟುಸಿರಿನಲ್ಲಿ ಸತ್ಯವನ್ನು ಹೇಳಿದಳು

ಬಡತನದ ಅಡಿಯಲ್ಲಿ ಮುರಿಯುತ್ತಿದ್ದ ಕನಸಿನ ರೆಕ್ಕೆಗಳು
ಪ್ರತಿ ದಿನವೂ ಆಶೆಯ ಮೇಲೆ ಬೀಳುತ್ತಿದ್ದ ನಿರಾಶೆ
ಮಕ್ಕಳ ನಗುವಿನ ಹಿಂದೆ ಅಡಗಿದ್ದ ಹೊಟ್ಟೆಯ ಹಸಿವು
ಬದುಕು ಇಲ್ಲಿ ನೋವಿನಲ್ಲೇ ಬೆಳೆಯುವ ಸತ್ಯವಾಯಿತು

ಅವಳು ಕೈ ಹಿಡಿದು ಹೇಳಿದಳು ನಿಜವಾದ ಬದುಕಿನ ಮಾತು
"ನಮ್ಮ ಹಾದಿ ಇದೇ, ಆಸೆಗಳಿಗೆ ಅಂತ್ಯ ಇಲ್ಲ" ಎಂದಳು
ಗಂಡನ ಮನದಲ್ಲಿ ಮೌನದ ಬಿರುಗಾಳಿ ಬೀಸಿದಂತಾಯಿತು
ಬದುಕು ಒಪ್ಪಿಕೊಳ್ಳುವ ಪಾಠವನ್ನು ಅವಳು ತಿಳಿಸಿದಳು

ಆಸೆಗಳ ನೆರಳನ್ನು ಮೀರಿದ ಮೌನದ ಸಮಾಧಾನದಲ್ಲಿ
ಬಡತನವೇ ಅವರ ಬದುಕಿನ ಗುರುತು ಆಗಿ ಉಳಿಯಿತು
ಕಣ್ಣೀರಿನ ನಡುವೆ ಹುಟ್ಟಿದ ಸಹನೆಯ ಬೆಳಕಿನಲ್ಲಿ
ಜೀವನ ಇಲ್ಲೇ ಇದೆ ಎಂದು ಹೃದಯ ಹೇಳಿತು ಮೌನವಾಗಿ

19. ಬೋಂಬೆ ಮಿಠಾಯಿ

ನಗರದ ಧೂಳು ದಾರಿಯಲಿ ನಿಧಾನವಾಗಿ ಚಕ್ರ ತಿರುಗುತ,
ಸೂರ್ಯನ ಕಿರಣದ ಜೊತೆ ಸೈಕಲ್ ಹಿಡಿದು ಹಾಡು ಹಾಡುತ,
ಮೇಲೆ ನಿಂತ ಹೆಣ್ಣು ಬೋಂಬೆ ಗಾಳಿಗೆ ತಲೆ ಆಡಿಸುತ,
"**ಬೋಂಬೆ ಮಿಠಾಯಿ**..." ಎನ್ನುವ ಕೂಗು ಊರನ್ನೆಲ್ಲ ಎಬ್ಬಿಸುತ.

ಸೈಕಲ್ ಮೇಲೆ ಕಟ್ಟಿದ ಆ ಬೋಂಬೆ ಕೇವಲ ಗೊಂಬೆಯಲ್ಲ,
ಸಕ್ಕರೆ ಕನಸುಗಳಿಗೆ ಜೀವ ತುಂಬುವ ಮಾಯೆಯ ಬೆಳ್ಳಿಯಲ್ಲ,
ಆಕೆಯ ಮೈಗೆ ಸುತ್ತಿದ ಬಣ್ಣದ ಮಿಠಾಯಿ ಮೋಡಗಳಲ್ಲ,
ನೋಡಿದ ಕ್ಷಣವೇ ಮನಸು ಬಾಲ್ಯದ ಕಡೆ ಓಡಿಹೋಗಲ್ಲ.

ಸಕ್ಕರೆ ಪಾಕದಿಂದ ಮಾಡಿದ್ದ ಮಿಠಾಯಿ ಕೈಯಲ್ಲಿ ಎಳೆಯುತ,
ಕ್ಷಣದಲ್ಲೇ ಗಡಿಯಾರವಾಗಿ ಮಣಿಕಟ್ಟಿಗೆ ಏರಿಸುತ,
ಉಂಗುರವಾಗಿ ಬೆರಳ ತುದಿಯಲ್ಲಿ ನಗುವು ಮೂಡಿಸುತ,
ಮಾಯಗಾರನ ಕೈಚಳಕಕ್ಕೆ ಮಕ್ಕಳು ಮಂತ್ರಮುಗ್ಧರಾಗುತ.

ಕಡ್ಡಿಯ ತುದಿಯಲಿ ಬಾತುಕೋಳಿ ತಲೆ ತೂಗಿಸುತ,
ಉದ್ದದ ಹಾವಾಗಿ ಮಿಠಾಯಿ ತಿರುವು ತಿರುಗಿಸುತ,
ನೋಡಿದವರು "**ನನಗೂ ಬೇಕು**" ಎಂದು ಕೈ ಚಾಚಿಸುತ,
ಅವನ ಕಲೆಯ ಮುಂದೆ ಜಾತ್ರೆಯೂ ತಲೆಬಾಗಿಸುತ.

ತಿಂದ ಮೇಲೆ ನಾಲಿಗೆ ಕಾಮನ ಬಿಲ್ಲಿನ ಬಣ್ಣ ತಾಳುತ,
ಕನ್ನಡಿಯ ಮುಂದೆ ನಿಂತು ಮಕ್ಕಳು ನಕ್ಕು ಕುಣಿಯುತ,
ಆ ಬಣ್ಣ ತೊಳೆದರೂ ನೆನಪು ಮಾತ್ರ ಮಾಯವಾಗುತಿಲ್ಲ,
ಮಂಜನ ಮಾತಲಿ ಬಾಲ್ಯ ಸದಾ ಜೀವಿಸುತ.

20. ಅಂಧ ನಾ-ಎಂದಿಗೂ ಅಲ್ಲ

ಅಂಧ ನಾ, ಆದರೆ ಅಂತರಾಳದಲ್ಲಿ ಅಲ್ಲ,
ಕಣ್ಣಿಗೆ ಕತ್ತಲು, ಕನಸಿಗೆ ಮಾತ್ರ ಬೆಳಕು.
ನೀವು ನೋಡುವ ಬಣ್ಣಗಳನ್ನು ನಾನು ಕಾಣಲಾರೆ,
ಆದರೆ ನಿಮ್ಮ ನಗುವಿನ ಹಿಂದೆ ಅಡಗಿದ ನೋವನ್ನು ಓದುತ್ತೇನೆ,

ನೀವು ಮುಖ ನೋಡಿ ಮನುಷ್ಯರನ್ನು ಅಳೆಯುತ್ತೀರಿ,
ನಾನು ಧ್ವನಿ ಕೇಳಿ ಹೃದಯಗಳನ್ನು ತೂಗುತ್ತೇನೆ.
ನಿಮಗೆ ಕಾಣುವ ದಾರಿ ಕಲ್ಲು-ಮುಳ್ಳಿನಿಂದ ತುಂಬಿರಬಹುದು,
ನನಗೆ ಕಾಣದ ದಾರಿಯೂ ಭಯದಿಂದ ತುಂಬಿರುತ್ತದೆ,

ಒಮ್ಮೆ ತಾಯಿಯ ಮುಖವನ್ನು ನೋಡಬೇಕೆನಿಸಿತು,
ಅವಳ ಕಣ್ಣಿನ ಪ್ರೀತಿಯನ್ನು ಮುಟ್ಟಬೇಕೆನಿಸಿತು.
ಆದರೆ ವಿಧಿ ನನ್ನ ಪಾಲಿಗೆ ಕತ್ತಲನ್ನು ಬರೆದಿತ್ತು,
ಅವಳ ಸ್ಪರ್ಶವೇ ನನ್ನ ಬದುಕಿನ ಮೊದಲ ಬೆಳಕಾಯಿತು.

ಜಗತ್ತು ನನ್ನನ್ನು ಕಂಡು ಕನಿಕರ ತೋರುತ್ತದೆ,
ಆದರೆ ನಾನು ಅವರೊಳಗಿನ ಖಾಲಿತನ ಕಂಡು ಮರುಗುತ್ತೇನೆ.
ಕಣ್ಣಿದ್ದರೂ ಎಷ್ಟೋ ಜನ ಪ್ರೀತಿಯನ್ನು ಕಾಣುವುದಿಲ್ಲ,
ಬೆಳಕಿದ್ದರೂ ಮಾನವೀಯತೆಯನ್ನು ಅರಿಯುವುದಿಲ್ಲ,

ನಾಳೆ ನಾನು ಮಣ್ಣಾಗುವೆ, ನೀವೂ ಮಣ್ಣಾಗುವಿರಿ,
ಸಾವಿನ ಮುಂದೆ ಎಲ್ಲರೂ ಒಂದೇ ನೆರಳಾಗುವರು.
ಆಗ ನನ್ನ ಕತ್ತಲಿಗೂ ನಿಮ್ಮ ಬೆಳಕಿಗೂ ವ್ಯತ್ಯಾಸವಿರುವುದಿಲ್ಲ,
ಉಳಿಯುವುದು ನಾವು ಹಂಚಿದ ಪ್ರೀತಿ ಮತ್ತು ಕರುಣೆ ಮಾತ್ರ,

21. ಗೋಲಿಯ ಸದ್ದು

ಧೂಳಿನ ಮೈದಾನದಲ್ಲಿ ಬಾಲ್ಯದ ಸೂರ್ಯ ಮೂಡಿತ್ತು
ಸಣ್ಣ ಕೈಗಳಲ್ಲಿ ಗೋಲಿ ಹೊಳಪಾಗಿ ಮಿನುಗಿತ್ತು
ನಗುವಿನ ನಡುವೆ ಗೆಲುವಿನ ಕನಸು ಬೆಳೆದಿತ್ತು
ಸ್ನೇಹದ ಕಣ್ಣುಗಳಲ್ಲಿ ಸ್ಪರ್ಧೆಯ ಕಿಡಿ ಹೊತ್ತಿತ್ತು

ನೆಲದ ಮೇಲೆ ವೃತ್ತ ಬರೆದು ಆಟ ಶುರುವಾಗುತಿತ್ತು
"**ಟಕ್ ಟಕ್**" ಶಬ್ದದಲ್ಲಿ ಬಾಲ್ಯ ಸಂತೋಷ ಕಾಣುತಿತ್ತು
ಗೆಲ್ಲುವ ಹಂಬಲದಲ್ಲಿ ಕಣ್ಣಿನಲ್ಲಿ ಉತ್ಸಾಹ ತುಂಬುತಿತ್ತು
ಗೆದ್ದವನ ನಗುವಲ್ಲಿ ಸೋತವನ ಮೌನವಿರುತಿತ್ತು

ಒಂದು ಗೋಲಿ ಗುರಿ ತಲುಪಿದ ಕ್ಷಣ ಹರ್ಷ ಮೂಡಿತ್ತು
ಮತ್ತೊಂದು ತಪ್ಪಿದಾಗ ಹೃದಯ ಸ್ವಲ್ಪ ನಡುಗಿತ್ತು
ಮಣ್ಣಿನ ಧೂಳಿನಲ್ಲಿ ನಮ್ಮ ಕನಸು ಓಡಾಡುತಿತ್ತು
ತಾಯಿ ಕೂಗು ಕೇಳಿದರೂ ಆಟ ನಿಲ್ಲುತ್ತಿರಲಿಲ್ಲ

ಸೂರ್ಯ ಅಸ್ತಮಿಸುತ್ತಿದ್ದರೂ ಆಟ ಮುಂದುವರಿಯುತಿತ್ತು
ಸ್ನೇಹದ ಬಂಧಗಳು ಗೋಲಿಯಂತೆ ಜೋಡಣೆಯಾಗುತಿತ್ತು
ಕಣ್ಣೀರು ಮತ್ತು ನಗು ಒಂದೇ ನೆಲದಲ್ಲಿ ಬೆರೆಯುತಿತ್ತು
ಆ ದಿನಗಳ ನೆನಪು ಈಗ ಕಣ್ಣಲ್ಲಿ ನೀರು ತರಿಸುತ್ತಿದೆ

ಇಂದು ಆ ರಸ್ತೆ, ಮೈದಾನ ಖಾಲಿ ಖಾಲಿ
ಗೋಲಿಯ ಶಬ್ದ ಮಾತ್ರ ನೆನಪಾಗಿ ಉಳಿದಿದೆ
ಮಕ್ಕಳ ನಗು ಈಗ ಕಾಲದೊಳಗೆ ಮಂಕಾಗಿದೆ
ಗೋಲಿ ಆಟ ನಮ್ಮ ಹೃದಯದಲ್ಲಿ ಸಿಹಿ ಕಥೆಯಾಗಿದೆ

22. ಅಪ್ಪನ ನೆರಳು

ತಂದೆ ಎಂದೂ ಅಳುವುದಿಲ್ಲ ಎನ್ನುವರು
ಮೌನ ಕಣ್ಣೀರು ಒಳಗೇ ಹರಿಯುತ್ತದೆ
ಮಕ್ಕಳ ನಗುವೇ ಬದುಕಿನ ಬೆಳಕು
ನೋವು ನಗುವಿನ ಹಿಂದೆ ಮಲಗುತ್ತದೆ

ಬೆವರ ಹನಿಗಳು ಭವಿಷ್ಯ ಬರೆಯುತ್ತವೆ
ಗಟ್ಟಿಯಾದ ಕೈಗಳು ಪ್ರೀತಿ ಹೊರುತ್ತವೆ
ಹಸಿದ ಹೊಟ್ಟೆಯೂ ಮೌನವಾಗಿರುತ್ತದೆ
ಮಕ್ಕಳ ಹೊಟ್ಟೆ ತುಂಬಿದರೆ ಸಾಕು

ಕನಸುಗಳಿಗೆ ರೆಕ್ಕೆ ಜೋಡಿಸುತ್ತಾನೆ
ತನ್ನ ಆಸೆಗಳು ಮಣ್ಣಾಗಿಬಿಡುತ್ತವೆ
ಗೆಲುವು ಕಂಡರೆ ಹಿಂದೆ ನಗುತ್ತಾನೆ
ಸೋಲು ಬಂದರೆ ಮುಂದೆ ನಿಲ್ಲುತ್ತಾನೆ

ವಯಸ್ಸು ನಿಧಾನವಾಗಿ ಭುಜ ಬಾಗಿಸುತ್ತದೆ
ಜವಾಬ್ದಾರಿ ಮಾತ್ರ ಎಂದೂ ಬಾಗದು
ತಂದೆ ಬದುಕಿನ ಶಾಂತ ನೆರಳು
ಅವನೇ ಮನೆಯ ನಿಜ ದೇವರು

ಕೈ ಹಿಡಿದು ದಾರಿ ತೋರಿಸಿದ
ನೆರಳು ಬಿಟ್ಟರೂ ನೆನಪು ಉಳಿಯುತ್ತದೆ
ತಂದೆ ಪ್ರೀತಿಯ ಮೌನ ಭಾಷೆ
ಜೀವನವಿಡೀ ಹೃದಯ ಕೇಳುತ್ತದೆ

23. ಪ್ರೇಯಸಿಯ ನೆನಪು

ಕಾಲ ಬಹಳ ಮುಂದೆ ಸಾಗಿತ್ತು
ಮನ ಮಾತ್ರ ಹಿಂದೆ ಉಳಿಯಿತು
ಅವಳ ನಗು ನೆನಪು ಮೂಡಿತು
ಮೌನ ಕಣ್ಣಲ್ಲಿ ಮಾತು ನಿಂತಿತು

ಒಮ್ಮೆ ಜೊತೆಯಾಗಿ ನಡೆದೆವು
ಕನಸು ಮನೆಗಳ ಕಟ್ಟಿದೆವು
ವಿಧಿ ದಾರಿಗಳನ್ನು ಬದಲಿಸಿತು
ಹೃದಯ ಮಾತ್ರ ಬದಲಾಗಲಿಲ್ಲ

ಹಳೆಯ ಸಂದೇಶಗಳು ಮೌನವಾದವು
ಚಿತ್ರಗಳು ನೆನಪುಗಳಾದವು ಈಗ
ಮರೆಯೋಣ ಎಂದರೂ ಸಾಧ್ಯವಾಗಲಿಲ್ಲ
ಕಾಲವೂ ಗಾಯ ಗುಣಪಡಿಸಲಿಲ್ಲ

ಅವಳು ಎಲ್ಲಿದ್ದರೂ ನಗಲಿ ಸದಾ
ಸುಖವೇ ಅವಳ ಸಂಗಾತಿಯಾಗಲಿ
ನನ್ನ ಹಾರೈಕೆ ಬದಲಾಗಲಿಲ್ಲ ಎಂದೂ
ಪ್ರೀತಿ ದ್ವೇಷವಾಗಿ ಮಾರಲಿಲ್ಲ

ಇಂದು ನೆನಪು ಮಾತ್ರ ಜೊತೆಯಿದೆ
ಮೌನವೇ ನನ್ನ ಗೆಳೆಯನಾಯಿತು
ಹಳೆ ಪ್ರೀತಿ ಪಾಠ ಕಲಿಸಿತು
ಹೃದಯ ಮತ್ತೆ ನಗಲು ಕಲಿತಿತು

24. ಸಮಾನತೆಯ ಕನಸು

ನಗರ ಎತ್ತರವಾಗಿ ಬೆಳೆಯುತ್ತಿದೆ ಇಂದು
ಗುಡಿಸಲು ಮೌನವಾಗಿ ಅಳುತ್ತಿದೆ ಇನ್ನೂ
ಅಭಿವೃದ್ಧಿ ಮಾತು ಎಲ್ಲೆಡೆ ಕೇಳುತ್ತಿದೆ
ಹಸಿವು ಮಾತ್ರ ಬದುಕು ಕಾಡುತ್ತಿದೆ

ಬೆಳಕು ಬೀದಿಯೆಲ್ಲ ಹರಡಿದೆ ಇಂದು
ಕೆಲವು ಮನೆ ಕತ್ತಲೆ ಮುಚ್ಚಿದೆ
ಬೆವರು ನೆಲದ ಮೇಲೆ ಸುರಿಯುತ್ತಿದೆ
ಹಕ್ಕು ಕೈಯಿಂದ ಜಾರಿಹೋಗುತ್ತಿದೆ

ಅರಮನೆ ಕಟ್ಟಿದ ಕೈಗಳೇ ಇಂದು
ನೆರಳಿಗಾಗಿ ಅಲೆದಾಡುತ್ತಿವೆ ಇನ್ನೂ
ನ್ಯಾಯ ಹಣದ ಮುಂದೆ ತಲೆಬಾಗಿದೆ
ಸತ್ಯ ಗದ್ದಲದಲ್ಲಿ ಕಣ್ಮರೆಯಾಗಿದೆ

ಆದರೂ ಬದುಕು ನಿಲ್ಲುವುದಿಲ್ಲ ಎಂದೂ
ಆಶೆ ಮನದೊಳಗೆ ಬೆಳಗುತ್ತಿದೆ ಸದಾ
ನಾಳೆ ಬದಲಾಗುವ ವಿಶ್ವಾಸ ಉಳಿದಿದೆ
ನಗು ಮತ್ತೆ ಅರಳುವ ಕನಸು ಜೀವಿಸಿದೆ

ಶೋಷಣೆಕೊನೆಗೊಳ್ಳುವ ದಿನ ಬರಲಿ
ಸಮಾನತೆ ಎಲ್ಲೆಡೆ ಅರಳಲಿ ಸದಾ
ಹೃದಯವೇ ಮನುಜನ ಮೌಲ್ಯವಾಗಲಿ
ಅದೇ ನಿಜ ಸ್ವಾತಂತ್ರ್ಯವಾಗಲಿ ಸದಾ

25. ನನ್ನ ಭಾರತ ನನ್ನ ಹೆಮ್ಮೆ

ಈ ಮಣ್ಣಿನ ವಾಸನೆ ಉಸಿರಾಗಿದೆ
ತ್ರಿವರ್ಣ ಧ್ವಜ ನಮಗೆ ಹೆಮ್ಮೆ ಮೂಡಿಸಿದೆ
ಪ್ರತಿ ಹೆಜ್ಜೆ ದೇಶ ನೆನಪಿಸುತ್ತದೆ
ಹೃದಯ ಭಾರತ ಹಾಡು ಹಾಡುತ್ತದೆ

ಹಿಮಾಲಯ ಎತ್ತರ ಕಾವಲು ನಿಂತಿದೆ
ಸಾಗರ ಅಲೆ ಸ್ವಾಗತ ಹೇಳುತ್ತದೆ
ಒಂದು ದೇಶ ಲಕ್ಷ ಕನಸುಗಳು
ಒಂದು ಮನಸ್ಸು ಕೋಟಿ ಹೃದಯಗಳು

ಬೇರೆ ಭಾಷೆ ಬೇರೆ ಸಂಸ್ಕೃತಿ
ಆದರೂ ಒಂದೇ ಭಾರತೀಯತೆ ಉಳಿದಿದೆ
ಕೈ ಕೈಗೂಡಿ ದೇಶ ಕಟ್ಟೋಣ
ಪ್ರೀತಿ ಬಿತ್ತಿ ನಂಬಿಕೆ ಬೆಳೆಯೋಣ

ಸೈನಿಕ ಗಡಿ ಕಾಪಾಡಿ ನಿಂತಿದ್ದಾನೆ
ರೈತ ಬೆವರು ಅನ್ನ ಬೆಳೆಸುತ್ತಿದೆ
ಕಾರ್ಮಿಕ ಶ್ರಮ ದೇಶ ಬೆಳಗಿಸುತ್ತದೆ
ಪ್ರಾಮಾಣಿಕ ಬದುಕು ಗೌರವ ಹೆಚ್ಚಿಸುತ್ತದೆ

ನನ್ನ ಭಾರತ ನನ್ನ ಉಸಿರಾಗಿದೆ
ನನ್ನ ಹೆಮ್ಮೆ ಸದಾ ಉಳಿದಿದೆ
ಕರ್ತವ್ಯ ದಾರಿ ಬೆಳಕು ತೋರಿದೆ
ಭಾರತ ಮಾತೆ ಜಯವಾಗಲಿ ಸದಾ

26. ತಂದೆ ಬಿತ್ತಿದ ಪ್ರೀತಿಯ ಬೀಜ

ತಂದೆಯ ಹೆಜ್ಜೆ ದಾರಿ ತೋರಿಸಿತು ಸದಾ
ಮಗನ ಕನಸು ಅಲ್ಲಿ ಅರಳತೊಡಗಿತು
ಮೌನ ಪ್ರೀತಿಯ ಭಾಷೆ ಕಲಿಸಿತು
ಹೃದಯ ತುಂಬಿ ಬದುಕು ಕಟ್ಟಿತು

ಬೆರಳು ಹಿಡಿದು ನಡೆಯಲು ಕಲಿಸಿದ
ಬಿದ್ದಾಗ ಎತ್ತಿ ಧೈರ್ಯ ತುಂಬಿದ
ತಾನೇ ನೋವನ್ನು ಮರೆಮಾಚಿಕೊಂಡು
ಮಗನ ನಗುವಲ್ಲಿ ಲೋಕ ಕಂಡ

ಮಗನ ಗೆಲುವು ಕಣ್ಣೀರು ತಂದಿತು
ಸೋಲು ಬಂದಾಗ ಹೆಗಲು ನೀಡಿತು
ಮಾತಿಗಿಂತ ಮಮತೆ ಹೆಚ್ಚಾಗಿತ್ತು
ತಂದೆ ನೆರಳು ಜೀವ ಕಾಪಾಡಿತು

ಕಾಲ ಸಾಗಿ ಮಗ ದೊಡ್ಡವನಾದ
ತಂದೆಯ ಜವಾಬ್ದಾರಿ ಹೊತ್ತು ನಿಂತ
ಆಗ ಅರಿವಾಯಿತು ನಿಜವಾದ ಪ್ರೀತಿ
ಮೌನದೊಳಗೇ ಹೃದಯ ಮಾತಾಡಿತ್ತು

ತಂದೆ ಮಗ ಎರಡು ಜೀವಗಳಲ್ಲ
ಒಂದೇ ಕನಸಿನ ಎರಡು ಉಸಿರುಗಳು
ಒಬ್ಬನು ಬಿತ್ತಿದ ಪ್ರೀತಿಯ ಬೀಜ
ಮತ್ತೊಬ್ಬನು ಬದುಕಾಗಿ ಅರಳಿದ.

27. ತರಕಾರಿ ಅಂಗಡಿ ರಾಜೇಶ

ಅಲಾರಂ ಮೊಳಗುವ ಮುಂಚೆ ಎದ್ದನು
ಚೀಲ ತುಂಬಿ ತರಕಾರಿ ತಂದನು
ಅಂಗಡಿ ಮುಂದೆ ನಿಟ್ಟುಸಿರು ಬಿಟ್ಟನು
ಮುಖದ ಮೇಲೆ ನಗು ಮೂಡಿಸಿಕೊಂಡನು

ಮೊದಲ ಗ್ರಾಹಕ ಬರಲೆಂದು ಕಾಯ್ದನು
ಬೆಲೆ ಕೇಳಿ ಹಲವರು ಹೊರಟರು
ಆದರೂ ಸಹನೆ ಕೈಬಿಡಲಿಲ್ಲ ಅವನು
"**ತೆಗೆದುಕೊಳ್ಳಿ ಅಕ್ಕಾ**" ಎಂದನು ನಗುತ್ತ

ಮಕ್ಕಳ ಶಾಲೆ ಶುಲ್ಕ ನೆನಪಾಯಿತು
ಮನೆಯ ಬಾಡಿಗೆ ಮನ ಕಾಡಿತು
ಜೇಬಿನ ಹಣ ಎಣಿಸಿ ನೋಡಿದ
ನಾಳೆಯ ಭರವಸೆ ಉಳಿಸಿಕೊಂಡನು

ಸಂಜೆ ಉಳಿದ ತರಕಾರಿ ಸವರಿದ
ದಣಿದ ಕಾಲು ಮನೆ ಸೇರಿತು
ಮಕ್ಕಳು ಓಡಿ ಬಂದು ಅಪ್ಪ ಅಂದರು
ಆ ಕ್ಷಣ ಎಲ್ಲ ನೋವು ಮರೆತಿತು

ಮರುದಿನ ಮತ್ತೆ ಬೆಳಗು ಮೂಡಿತು
ಮಾರುಕಟ್ಟೆಗೆ ಹೋಗಿ ತರಕಾರಿ ತಂದನು
ಸೋಲಿಗೆ ಬಾಗದ ಸಾಮಾನ್ಯ ಮನುಷ್ಯ
ಅವನ ಬದುಕೇ ನಿಜವಾದ ಗೆಲುವು

28. ಡ್ರೈವರ್ ಅಂಕಲ್

ನಗರ ಇನ್ನೂ ಎಚ್ಚರವಾಗಿರಲಿಲ್ಲ ಅಂದು
ಅಂಕಲ್ ಬಸ್ ಸ್ಟಾರ್ಟ್ ಮಾಡಿದರು
ಒಂದೊಂದೇ ಸ್ಟಾಪ್ ಬಳಿ ನಿಂತರು
ಮಕ್ಕಳ ನಗುವಿಗೆ ದಾರಿ ತೆರೆದರು

ಶಾಲೆ ಚೀಲಗಳು ಬಸ್ ತುಂಬಿದವು
ಚಿಕ್ಕ ಕೈಗಳು ಕಿಟಕಿ ಬೀಸಿದವು
ಮಕ್ಕಳ ಗದ್ದಲ, ನಗು, ಅಳು ಕೇಳಿಸಿತು
ಅಂಕಲ್ ಮಾತ್ರ ನಗುತ್ತ ಓಡಿಸಿದರು

ಮಳೆ ಬಂದರೂ ಸಮಯ ತಪ್ಪಲಿಲ್ಲ
ಬಿಸಿಲಿದ್ದರೂ ದೂರು ಹೇಳಲಿಲ್ಲ
ಪ್ರತಿ ಮಗುವನ್ನು ಜೋಪಾನ ನೋಡಿದರು
ತಮ್ಮ ಮಕ್ಕಳಂತೆ ಕರೆದೊಯ್ದರು

ಶಾಲೆ ತಲುಪಿದ ಮೇಲೆ ನಿಟ್ಟುಸಿರಿಟ್ಟರು
ಸಂಜೆ ಮತ್ತೆ ಕರೆತರಲು ಬಂದರು
ಪೋಷಕರ ನಂಬಿಕೆ ಉಳಿಸಿಕೊಂಡರು
ಕರ್ತವ್ಯವನ್ನು ಪ್ರೀತಿಯಿಂದ ನಿಭಾಯಿಸಿದರು

ಅವರಿಗೆ ಇದು ಕೆಲಸ ಮಾತ್ರವಲ್ಲ
ಮಕ್ಕಳ ಭವಿಷ್ಯದ ಹೊಣೆಗಾರಿಕೆ ಇದು
ಸ್ಟೀರಿಂಗ್ ಹಿಡಿದ ಆ ಕೈಗಳಲ್ಲಿ
ನೂರಾರು ಕನಸುಗಳು ಸುರಕ್ಷಿತವಾಗಿವೆ.

29. ಸ್ನೇಹಿತರೆಂಬ ಆಸರೆ

ತಂದೆ ತಾಯಿಯಿಂದ ದೂರವಾದ ದಿನ
ಮನೆ ಇದ್ದರೂ ಖಾಲಿ ಅನಿಸಿತು
ಮಾತಾಡಲು ಯಾರೂ ಇರಲಿಲ್ಲ
ಮನಸ್ಸು ಮೌನದಲ್ಲಿ ಮುಳುಗಿತ್ತು

ಫೋನ್ ಮೌನವಾಗಿ ಬಿದ್ದಿತ್ತು
ಕಣ್ಣು ಮುಚ್ಚಿದರು ನಿದ್ರೆ ಬರಲಿಲ್ಲ
ರಕ್ತ ಸಂಬಂಧವನ್ನು ಹುಡುಕಲಿಲ್ಲ ನಾನು
ಆದರೆ ನನ್ನ ಬಾಗಿಲು ತಟ್ಟಿದ್ದು ಸ್ನೇಹಿತರು

ಏನಾಯಿತು ಎಂದು ಕೇಳಲಿಲ್ಲ ಅವರು
ಬಾ ಚಹಾ ಕುಡಿಯೋಣ ಎಂದರು
ನನ್ನ ಪಕ್ಕದಲ್ಲೇ ಮೌನದಿ ಕುಳಿತರು
ನನಗರಿಯದೆ ನನ್ನ ನೋವ ತಬ್ಬಿ ಅತ್ತರು

ದೊಡ್ಡ ಸಲಹೆ ಯಾರೂ ಕೊಡಲಿಲ್ಲ
ಸಮಸ್ಯೆ ಕೂಡ ತಕ್ಷಣ ಮುಗಿಯಲಿಲ್ಲ
ಆದರೂ ಜೊತೆಯಾಗಿ ನಡೆದ ಹೆಜ್ಜೆ
ಒಂಟಿತನವನ್ನು ನಿಧಾನವಾಗಿ ಮರೆಸಿತು

ಆ ದಿನ ನನಗೊಂದು ಸತ್ಯ ತಿಳಿಯಿತು
ಸ್ನೇಹ ರಕ್ತಕ್ಕಿಂತ ದೊಡ್ಡದ್ದು
ನಾವು ಆರಿಸಿಕೊಂಡ ಕುಟುಂಬವೇ ಅದು
ಆ ಸ್ನೇಹ ಬದುಕಿನ ತುಂಬಾ ಜೊತೆಯಾಗೆ ಉಳಿದಿದೆ

30. ಸ್ವಾಭಿಮಾನದ ಬದುಕು

ಕೈ ಚಾಚುವ ಬದುಕು ಬೇಡ ನನಗೆ
ನನ್ನ ಬೆವರ ಹನಿ ಸಾಕು ಬದುಕು ಕಟ್ಟಲು
ಹಸಿವು ಬಂದರೂ ತಾಳುವೆ ನಾನು
ತಲೆ ತಗ್ಗಿಸಿ ಬದುಕಲಾರೆ ಎಂದೂ

ಸುಳ್ಳು ದಾರಿ ಹಲವು ಬಾರಿ ಕರೆಯಿತು
ಮನಸ್ಸು ಮಾತ್ರ ಒಪ್ಪಲಿಲ್ಲ ಎಂದೂ
ಸುಲಭ ದಾರಿ ಮುಂದೆ ಇದ್ದರೂ
ಆತ್ಮಸಾಕ್ಷಿ ನಿಲ್ಲಿಸಿತು ನನ್ನನು

ಜೇಬು ಖಾಲಿ ಆದ ದಿನಗಳಿದ್ದವು
ಕನಸುಗಳು ಕೂಡ ಮುರಿದವು ಕೆಲವು
ಆದರೂ ಧೈರ್ಯ ಕೈಬಿಡಲಿಲ್ಲ ನನ್ನ
ಸ್ವಾಭಿಮಾನದ ಜೊತೆ ನಡೆದೆ ಸದಾ

ಇತರರ ದಯೆ ಬೇಡ ಎಂದೆ
ನನ್ನ ಶ್ರಮವೇ ಆಸರೆಯಾಯಿತು
ಸಣ್ಣ ಗೆಲುವು ದೊಡ್ಡ ಸಂತೋಷವಾಯಿತು
ಪ್ರತಿ ಬೆವರು ಹೆಮ್ಮೆ ತಂದಿತು

ಇಂದು ಅರಮನೆ ನನ್ನದಲ್ಲ ಬಹುಶಃ
ಆದರೂ ನೆಮ್ಮದಿ ನನ್ನದಾಗಿದೆ
ಕನ್ನಡಿಯಲ್ಲಿ ನನ್ನ ಕಣ್ಣು ನಗುತ್ತದೆ
ಸ್ವಾಭಿಮಾನವೇ ನನ್ನ ನಿಜವಾದ ಸಂಪತ್ತು

31. ಒಡೆದ ನಂಬಿಕೆ

ನನ್ನನ್ನು ಹೆತ್ತವರು ನೀವೇ ಅಮ್ಮಾ ಅಪ್ಪಾ
ಮೊದಲ ಹೆಜ್ಜೆ ಹಿಡಿದವರು ನೀವೇ
ಬೀಳುವಾಗ ಎತ್ತಿದವರು ನೀವೇ
ನನ್ನ ಪ್ರಪಂಚವೇ ನೀವಾಗಿದ್ದಿರಿ

ಒಂದು ಮಾತು ಎಲ್ಲವನ್ನೂ ಬದಲಿಸಿತು
ಪರರ ಹೇಳಿಕೆ ನಿಜವಾಯಿತು ಅಲ್ಲಿ
ನನ್ನ ಮೌನ ಯಾರೂ ಕೇಳಲಿಲ್ಲ
ನನ್ನ ಕಣ್ಣೀರು ಯಾರೂ ನೋಡಲಿಲ್ಲ

ನಾನು ತಪ್ಪಿಸಿಕೊಂಡು ಹೋಗಲಿಲ್ಲ ಎಂದೂ
ಅವಮಾನಕ್ಕೆ ತಲೆಬಾಗಲಿಲ್ಲ ನಾನು
ನನ್ನ ಸತ್ಯ ಹೇಳಿ ಬೇಡಿಕೊಂಡಿಲ್ಲ
ಕಾಲವೇ ಉತ್ತರಿಸಲಿ ಎಂದೆ ಸುಮ್ಮನೆ

ಇಂದಿಗೂ ನಿಮ್ಮ ಸ್ಥಾನ ಬದಲಾಗಿಲ್ಲ
ಗೌರವ ಮಾತ್ರ ಕಡಿಮೆಯಾಗಿಲ್ಲ ಎಂದೂ
ಆದರೆ ಒಡೆದ ನಂಬಿಕೆ ಮಾತ್ರ
ಮನದೊಳಗೆ ಇನ್ನೂ ನೋವಾಗಿಯೇ ಉಳಿದಿದೆ

ಒಂದು ದಿನ ಸತ್ಯ ಮನೆ ತಲುಪಲಿ
ತಪ್ಪು ನೆರಳು ದೂರ ಸರಿಯಲಿ
ಮತ್ತೆ ನಿಮ್ಮ ಮಗನಾಗಲಿ ನಾನು
ಪ್ರೀತಿ ಮಾತ್ರ ಎಂದಿಗೂ ಸೋಲದಿರಲಿ

32. ಮಣ್ಣಿನ ಮನುಷ್ಯ

ಕೋಳಿ ಕೂಗುವ ಮುಂಚೆಯೇ ಎದ್ದನು
ಕಣ್ಣಲ್ಲಿ ಹೊಸ ಕನಸು ಇತ್ತು
ಭುಜದ ಮೇಲೆ ನೇಗಿಲು ಹೊತ್ತು
ಹೊಲದ ದಾರಿ ಹಿಡಿದನು

ಮಣ್ಣಿಗೆ ಕೈ ಮುಟ್ಟಿ ನಿಂತ
ತಾಯಿಯಂತೆ ಅದನು ನೋಡಿದ
ಬೆವರ ಹನಿಯೇ ನೀರಾಯಿತು
ಆಶೆಯ ಬೀಜ ಬಿತ್ತಿದನು

ಮೋಡ ಬಂದರೆ ನಗು ಮೂಡಿತು
ಬಿಸಿಲು ಬಂದರೆ ತಲೆ ತಗ್ಗಿತು
ಪ್ರತಿ ಚಿಗುರಲ್ಲಿ ಜೀವ ಕಂಡ
ಪ್ರತಿ ಬೆಳೆಯಲ್ಲಿ ಭವಿಷ್ಯ ಕಂಡ

ಅವನ ಬೆಳೆದ ಅಕ್ಕಿ ತಿಂದೆವು
ನಮ್ಮ ಮನೆ ಒಲೆ ಉರಿಯಿತು
ಅವನ ಮನೆ ಮೌನ ಉಳಿಯಿತು
ಕಣ್ಣಲ್ಲಿ ಮಾತ್ರ ನಂಬಿಕೆ ಉಳಿಯಿತು

ಮಣ್ಣು ಬಿಟ್ಟಿಲ್ಲ ಇಂದಿಗೂ ಅವನು
ಕೈಚೆಲ್ಲಿಲ್ಲ ಯಾವ ದಿನವೂ
ರೈತ ಇದ್ದರೆ ಬದುಕು ಇರುವುದು
ಅವನಿಗೆ ನಮಿಸೋಣ ಮನದಿಂದ

www.ingramcontent.com/pod-product-compliance
Lightning Source LLC
Chambersburg PA
CBHW070652240926
51846CB00003BA/883
9789376421176